கிராமத்து கவிதை

கிராமத்து கவிதை

மதன்குமார்

Copyright © Madhankumar
All Rights Reserved.

பொருளடக்கம்

1. --கவுண்டர் வீட்டுப் பண்ணையம்-- 1

2. -- கவுண்டர் வீட்டு பண்ணையம்-- 2

3. --கவுண்டர் வீட்டு காளை-- 3

4. --என்னவள்-- 4

5. அத்தியாயம் 5 5

6. அத்தியாயம் 6 6

7. அத்தியாயம் 7 7

8. அத்தியாயம் 8 8

9. அத்தியாயம் 9 9

10. அத்தியாயம் 10 10

11. அத்தியாயம் 11 11

12. அத்தியாயம் 12 12

13. அத்தியாயம் 13 13

14. அத்தியாயம் 14 14

15. அத்தியாயம் 15 15

16. அத்தியாயம் 16 16

17. அத்தியாயம் 17 17

1. --கவுண்டர் வீட்டுப் பண்ணையம்--

வடக்க வாழையிருக்க

தெக்க தென்னையிருக்க

வீடு மேற்கயிருக்க

வாச கிழக்கயிருக்க

வார சணத்த வாங்கனு

வாயி நிறைய அழைக்க

ஆத்தா ஒன்னு உக்காந்திருக்க

வந்த சணத்த வயிறு நிறைய

வைக்க வாக்கப்பட்டு வந்த

கவுண்டச்சிய பாத்தே

வந்த சணம் மனசு

எல்லாம் நிறைய

வாழிய பல்லாண்டுனு

வாழ்த்த

வாழ்த்திய வாயிக்கெல்லாம்

வயிறு நிறையுது

கலங்கம் இல்லா கவுண்டர் வீட்டுப் பண்ணையத்துல...

2. -- கவுண்டர் வீட்டு பண்ணையம்--

காலையிலே முழிச்ச

கண்ணோட கட்டுத்தரைய

வலம்வந்து கவுண்டச்சி

கண்ண பாத்தே காலம் கழிக்க

கறவைக்கு பின்னும்

கட்டுத்தரைய மறவாம

காட்டுல தட்டறுத்து

காளைக்கும்

சேத்தறுத்து

ஆட்டுக்கும்கோழிக்கும்

ஆசையோட அள்ளிப்போட

ஆடாம அசையாம பட்டிநாயி பாக்க

அத்தன பாசத்திலயும்

பங்காளி

முன்னால பகுமானமா பண்ணையம் போகுது

பாசக்கார கவுண்டர் வீட்டுப் பண்ணயம்

3. --கவுண்டர் வீட்டு காளை--

காளைக்கு இருக்கு திமிலுங்க

அதுல இருக்குற திமிருக்கு

அப்படி ஒரு அழகுங்க

காலு நாளும் காத்துல பறக்க

கட்ட வண்டியில பூட்டிய ஜோடி மாடு ரெண்டும் அண்ணன்

தம்பி போல ஒன்ன ஓடுதுங்க...

கொம்பு ரெண்டையும் சாமி

மாதிரி பூசபண்ணி அழகு பார்க்கிற காராள வம்சமடா...

கரிக்குருவி நாடாத காராள வம்சமடா... கவுண்டர் வம்சமடா...

ஏறு தழுவ ஏக்கரா கணக்குல மாடு நிக்க எங்க கவுண்டர் வீட்டு

காளை மட்டும் தனித்து திமிரோடு தன்னந்தனியா

நிக்குதய்யா

நிக்குது

4. --என்னவள்--

உன்னாசை இல்லாதவன் என எண்ணினேன் தேர்ச்சியற்று
ஆனால் விதியோ உனை என்னருகில் தேர்வின் முடிவாய்
கொண்டு அமர்த்தியது கண்மணியே...

அத்தியாயம்5

உன்னுடன் கதைக்கும் போது மட்டும் என் கனமெல்லாம் இறங்கி
விடுகிறது

காதலி என்று மட்டும் அல்ல கடைசி மூச்சும் நீ என்பதாலோ...

அத்தியாயம் 6

உன்னை நினைத்து நித்தமும் நிற்கிறேனடி எனை எப்போது ஏற்-
பாயாக என் வாழ்வில் என்றும் உனக்கான வெற்றிடம் உள்ளதடி

அத்தியாயம் 7

உன்னை எண்ணி காத்துள்ளேன் காலம் போவது
அறியாமல் கண்மணியே எனை ஏற்பாயாக

அத்தியாயம் 8

உனை எண்ணியே என் காலம் கழிந்திடுமோ கடைசி வரை
கண்ணுள்ளும் கண்மணி உன் பிம்பமே...

அத்தியாயம்9

காலையிலே எழுந்து

கறவையை முடிச்சுப்புட்டு

காடுகரை பார்த்துபுட்டு

கம்மங் கூழ் குடிச்சுப்புட்டு

காலாற தூங்கிய

காலம் எல்லாம் போய்ப்புட்டு

காலையில் எழுந்து

கைப்பேசியில் முழுச்சுப்புட்டு காம்பவுண்ட் சுவத்துக்குள்ள

கால் வலிக்கஓடிப்புட்டு

காப்பித் தண்ணி குடிச்சுப்புட்டு கம்பெனிக்குப் போயிப்புட்டு

கைதியாக காலம்

வந்துருச்சு..!

அத்தியாயம் 10

கார்த்திகை பிறந்ததடா தம்பி

காடுமேடெல்லாம் தீபங்கள் வேண்டுமடா தம்பி

கருவரை முதல் தீபங்கள் வேண்டுமடா தம்பி

வீடு வாசல் எல்லாம் தீபங்கள் வேண்டுமடாதம்பி

சந்தோசங்கள் மிக தீபங்கள் வேண்டுமடா தம்பி

அத்தியாயம்11

கைப்பேசியில் கதைத்த

காலம் எல்லாம்

கனவாக போச்சே

கண்ணினால் வளைத்த வில்லும்

வளையாமல் உடைந்ததே... வார்த்தை மாயத்தால் வல்லமை

தந்தாய்

அவ்வார்த்தையாலே என் வலிமையையும் பறித்துக் கொண்டாயே

கண்ணம்மா...

அத்தியாயம்12

கிடைப்பது நீயாக இருந்தால் இழப்பது எதுவாயிருந்தாலும் இழப்-
பேன்...?

இழப்பதே நீயாக இருந்தால் கிடைப்பது எதுவாயிருந்தாலும்
இழப்பேனோ...?

அத்தியாயம் 13

உன்னை நினைத்து நித்தமும் நிற்கிறேனடி எனை எப்போது ஏற்-
பாயாக என் வாழ்வில் என்றும் உனக்கான வெற்றிடம் உள்ளதடி

அத்தியாயம் 14

உன்னை எண்ணி காத்துள்ளேன் காலம் போவது
அறியாமல் கண்மணியே எனை ஏற்பாயாக

அத்தியாயம் 15

அத்தியாயம்16

என்னை மதித்ததும்

என்னை மாற்றியதும்

என்னை மகிழ்விப்பதும்

நீயே...

அத்தியாயம் 17

உன்னுடன் கதைக்கும் போது மட்டும் என் கனமெல்லாம் இறங்கி
விடுகிறது
காதலி என்று மட்டும் அல்ல கடைசி மூச்சும் நீ என்பதாலோ...